Visual to inspire you
Biswal to inspayr you

Jeian Nirza Putol

Ukiyoto Publishing

All global publishing rights are held by

Ukiyoto Publishing

Published in 2022

Content Copyright © Jeian Nirza Putol

ISBN 9789367958780

All rights reserved.
No part of this publication may be reproduced, transmitted, or stored in a retrieval system, in any form by any means, electronic, mechanical, photocopying, recording or otherwise, without the prior permission of the publisher.

The moral rights of the author have been asserted.

This is a work of fiction. Names, characters, businesses, places, events, locales, and incidents are either the products of the author's imagination or used in a fictitious manner. Any resemblance to actual persons, living or dead, or actual events is purely coincidental.

This book is sold subject to the condition that it shall not by way of trade or otherwise, be lent, resold, hired out or otherwise circulated, without the publisher's prior consent, in any form of binding or cover other than that in which it is published.

www.ukiyoto.com

Dedication

Ang Biswal to inspire you ay malugod kung ibinabahagi sa aking sarili at sa mga taong makakabasa nito. Binibigyan ko rin halaga ang mga taong naging inspiration ko upang makasulat ng mga ganitong akda. Sa mga Kaibigan, pamilya, at mga co-writers.

CONTENTS

"Hinayaan Mong Mawala Ang Tayo"	1
"Kayamanan O Kaibigan"	2
"Bukang Liwayway "	3
" Sukli "	4
" Patawad "	6
" Paglimot sa Alaala "	7
"Piliin mo yung Babae | hindi Basta Babae lang! "	8
"Magising kana sa Realidad"	9
" Sarili Na Muna "	10
" Hakbang"	12
"Pangarap • Mangarap "	14
" Sermon"	15
"Pagsubok"	16
" Wag Kang Gaganti "	17
"May tamang Panahon para sa'tin"	19
" Lord, Patuloy Akong Magtitiwala "	20
"Huli Na Nang Malaman Kong Mahal Pala Kita"	21
" Ang layo ko na pala sa dating ako "	23
" Hiling na Paghilom "	24
" Dear Diary"	25
" Napatawd ko na kayo | Nakalaya na ako "	27
" Rehas ng Kamatayan "	29
" Nakakapagod din pala mag paalala"	31
" Pangungulia"	33
" Ikaw Lamang"	34
"Lamat ng Pagkakaibigan"	35
"Samahan"	36
"Pakikipag Tipan sa Kapwa Kasarian"	37

" Walang Kahulugan Ang Buhay"	39
" Musika ng Pag-ibig"	41
"Maghihintayin Ako"	42
About the Author	*43*

"Hinayaan Mong Mawala Ang Tayo"

Sa mahabang panahon nating pagsasama naibuhos ko lahat sa'yo ng pagmamahal
Sa panahon na iyon walang araw na hindi ako nagpapagal,
para lang maibigay sayo lahat ng bagay na makakapag papasaya sayo,
para hindi mo na hanapin sa iba ang kaligayahan na gusto mo.
Hindi ko alam kung saan at paano ako nagkulang at kung bakit mo ako nagawang Iwan,
Kasi alam ko sa sarili ko na hindi ako nagkulang bilang kasintahan pero nagawa mo parin akong Iwan.
Lahat nang paghihirap at sakrispisyo ginawa ko,
Ako ang nag papaubaya sa tuwing nag aaway tayo,
Ako ang humihingi ng tawad sa mga maling nagawa mo,
Ako ang sumusuyo kahit ako yung nagagalit sayo dahil sa ginagawa mo.
Sa akin mo isinisisi ang lahat ng alitan na meron tayo
Lahat tinanggap ko kahit hirap na hirap na ako
Tiniis at tinanggap ko lahat lahat pero ni Isang beses wala kang narinig sakin na masasakit na salita - dahil ayokong saktan ka.
Nakakapang hinayang lang dahil mauuwe lang sa wala ang napakahabang panahon na pinagsamahan nating dalawa,
Hinayaan mong maglaho na parang bula Ang masasaya nating memorya.
Hindi na ako umaasang magiging Isa sa pinaka mahalagang tao sa buhay mo,
Pero sana balang araw, sakali na maalala mo 'ko o kaya marinig mo pangalan ko sa kahit na sinong kaharap mo,
Sana masabi mo na...
    -Minahal ako niyan,
        Binaliwala ko lang.

Sa panulat ni : Jeian Nirza Putol

"Kayamanan O Kaibigan"

Usapang Real Talk muna tayo !
Ito madaming makakarelate dito, dahil alam ko lahat tayo nakakaranas ng ganito.
Pansin mo ba kapag nakakaangat na yung isang tao? o sabihin na nating mayaman na yung kaibigan mo ~ yung bang nakamit na niya lahat ng gusto niya ~ nakuha na niya lahat ng mga bagay na inaasam asam niya, pero kasabay non bigla rin siyang nag iba.
Lalo na kapag mapera ~ mayaman na nga.
Salitang pera, dahil sa pera nagbago ka
dahil sa pera naging hambog ka na
Mga kaibigan mo dati ngayon niyayabangan muna, Wala kanang respito sa mga taong nagmamahal sayo noon,
Kasi nga mayaman kana ngayon.
Ganon naman talaga diba?
Pagmayaman kana madami kanang pera
magbabago na ang ikot ng mundo mo
Nakakalimutan muna yung mga taong naging parti ng buhay mo nong mga panahong walang nagpapahalaga sayo.
Yung mga taong tinulongan ka ~ kinalimutan mo, yung pamilya mo, mga kakilala mo, pati nga mga magulang iniwan mo.
Pero ito ang tatandaan mo
Yang kayamanan mo, yang pera mo,
Kung mawawala kaman sa mundong ito
Di mo yan madadala sa libingan mo
pero kung may respito ka sa bawat taong nakapaligid sayo Kahit wala kana sa mundong ito, Titingalain ka padin nila bilang mabuting tao.
Kaya kapag nakamit muna ang mga bagay sa buhay mo,
Kapag kumikita ka ng pera para sa sarili mo, at nakukuha muna lahat ng gusto mo, wag kang
kakalimot sa mga taong naging daan para maabot mo ang mga ito.
Matoto kang pahalagahan sila may pera kaman o wala, ipakita mo sa kanila na mas mahalaga sila kesa sa kayaman na meron ka, dahil wala kang mababaon na magandang materyal kapag nawala ka kundi presinsiya at pagmamahal nila.

Sa panulat ni : Jeian Nirza Putol

" Bukang Liwayway "

Hindi mo kailangan magmadali
Hindi mo kailangan papaghabolin ang 'yong sarili
Hindi mo kailangan ikumpara ang narating mo Sa narating ng ibang tao.
May kaniya kaniya tayong panahon
Iba-ibang landas ang sa'tin nakatuon
Pero lahat tayo makakaahon
Sa tamang oras, araw, o buwan - basta sasang ayon din sa atin ang panahon.
Sa ngayon mag sipag at mag tyiga muna tayo
Dahil may pagsubok ang bawat pag asenso
May sakit sa damdamin ang bawat ngiti sa mga labi,
May pagtawa at halakhak sa bawat pag hikbi.
Wag mong isusuot ang sapatos na hindi kasya sayo, wag mong gagamitin ang isang bagay na nakalaan para sa ibang tao.
Dahil kapag pinilit mo ito mas lalo kalang mahihirapan,
Mas lalo mo lang mararamdaman ang paghihirap na hindi mo naman dapat mararanasan.
Gayon din sa pangarap ~
Hindi mo kailangan madaliin ang gusto mong kapalaran,
dahil sa bawat hamon ng buhay ay may kaniya kaniyang paraan kung paano ito malalampasan.
Kung narating nila ang rurok ng tagumpay
Magagawa mo rin ito sa'yong buhay
Basta lagi mong tatandaan na sa bawat pagsikat ng bukang liwayway
Ay may panibagong pag asa ang nag aabang sa 'yong buhay.
Sa panulat ni : *Jeian Nirza Putol*

" Sukli "
(True Story Mother and Daughter)

Minsan ~ sa ka gustohan nating makuha ang isang bagay nakakalimutan nating maging mabuti,
Nalilihis natin ang mga matutuwid na paraan dahil sa pagiging makasarili,
Nakakalimutan natin nakakasakit na pala tayo ng damdamin ng ibang tao,
Kahit yung mga magulang sasaktan natin para lang makuha natin ang ating mga gusto.
 Ito'y isang kwento mula sa isang tao na nagparealize sakin bilang isang anak,
Ibabahagi kolang, dahil ako mismo ay napaiyak.
Anak:
~Nag away kami ni kanina ni mama
~tapos napaiyak ko siya
~kasi nasumbatan ko siya
~naramdaman ko yung lungkot at sakit kasi natamaan ako sa sinabi niya.
Sabi ni mama:
"Malaki kana kasi kaya mo na akong sumbatan, kaya mo na akong labanan.
Noon pag may mga bagay kang gustong makuha, iiyak ka lang sakin o magmamakaawa ~ Para makuha yung gusto mo.
Ngayon pag may mga bagay na akong hindi kayang maibigay sayo.
Ikaw pa tong magagalit ~ hindi mo ba alam sobra kanang nakakasakit?.
Natatakot ako anak na baka pag dumating yung araw na may sarili kanang trabaho o mayaman kana,
Bigla ka nalang lumayo at gustong mapag isa.
Baka tuluyan mo na akong iwan at
 Bigla mo nalang akong kalimutan.

Don't grow up fast anak please, miss ko na yung dating ikaw na lagi akong kinikiss, yung makulit lang pero mahal na mahal mo ako, miss ko na ang dating tayo.
Sa lahat ng bagay dito sa mundo
Walang ibang pinaka mahalagang tao kundi ang magulang mo.
Bakit? ~ dahil sila ang nag sakripisyo mula ng isilang ka sa mundo.
Inalagaan , Binihisan , Pinag aral at higit sa lahat ipinaramdam sayo ang buong buo na pagmamahal.
Ngayong malaki kana karapatan mo na ibalik sa kanila ang pag mamahal at pag aalaga sa kanila gaya kung paano ka nila minahal at inalagaan nong ikaw ay bata.
Sa panulat ni : Jeian Nirza Putol

" Patawad "
(matotong humingi ng tawad at magpatawad)

May mga tao na nakakagawa sa'yo ng kasalanan
Nahihirapan ka na patawarin siya dahil sa nagawa niya na hindi mo inaasahan
Kaya hindi mo nararamdaman ang kasiyahan
Dahil galit at poot ang bumabalot sa'yong kalooban.
Hindi mo na nagagawang magtiwala sa 'yong kapwa tao,
Dahil sa ginawa niya sayo,
Hindi mo na magawang magtiwala sa sarili mo
Dahil pakiramdam mo lolokohin kalang nito.

Nababalot ka ng poot at hinanakit sa'yong kapwa
Dahil sa nagawa nilang pagkakasala
Na pakiramdam mo pinaglalaruan kalang niya
Pakiramdam mo ginagamit ka lang para maging masaya siya.
Tao lang tayo, nakakagawa ng mga mali
Kung minsan hindi natin sinasabi at pinipiling ikubli.
Kaya, kahit anong sakit at paghihirap mas pinipili natin maging matapang
Dahil ayaw natin na minamaliit tayo ng kung sino-sino lang.
Pero matoto sana tayong magpatawad at humingi ng tawad
Patawarin mo siya - ano man ang pagkakasala.
Patawarin mo narin sarili mo - wag mong hayaan na balotin ka ng galit at poot jan sa puso mo.
Palayain mo na ang sarili mula sa mga bagay na nagpapalungkot sayo.
Hindi pa huli ang lahat ~
Para maging malaya at sumaya.
Bagamat naging madamot sila sa paghingi ng tawad sayo, ikaw na mismo ang magpaabot nito, hindi para sa kanila ~ kundi para sa sarili mo.

Sa panulat ni : Jeian Nirza Putol

" Paglimot sa Alaala "

Kasabay ng aking pag-ibig ang siyang pagluha ng kalangitan
Sumabay sa ihip ng hangin ang sakit ng damdamin sa bawat araw na nagdaan
Tama na, bitiwan mo na sya, tama na't bumangon ka.
Ilang mga kataga na na aking binitawan, mga kataga na hindi naman dapat ipagsigawan.
Parang patak ng ulan ang maingay sa bubungan
Ang mga tinig kong minsa'y himig na aking pinakaiingatan
Ngayon, parang basag na buti ang damdamin na hindi pwedeng mahawakan
Ang pagtibok ng puso kong iyong sinusugatan.
Ilang beses man akong umasa sinta
Sa mga salita mo mo'y tila kilig lamang sa umpisa
Naglaho na lang ang lahat ng mga pinagsamahan
Pano na ang tayo na sinabi mong "Ikaw at Ako hanggang katapusan".
Tila wala ng patutungohan 'to
Mas mabuti pang ihinto na lamang ang pagsamo.
Tama na ang pag asa sa mga salita mo.
Tama na ang pagbihag sa mga pusong walang kasiguraduhan, tama na ang mistulang pagsabi mo na mahal kita, pagkat alam kong ikaw yung tipong palaruan lamang ang tingin sa tadhana.
Patawad pagkat bibitawan na kita
Pagkat tapos na ang lahat sa'ting dalawa
Parang liriko sa kanta - nalaos nang bigla
Parang boses na napaos - parang bula
Nagbago, Nabago, Naglaho, Nawala, naging alaala.
Paalam - Patawad Bibitawan na kita.
Sa panulat ni : Jeian Nirza Putol

"Piliin mo yung Babae | hindi Basta Babae lang! "

Taglay ng kababaihan ang angking kagandahan - pero hindi lahat ng naggagandahan taglay ang kakayahang pakikipagsapalaran.
Araw araw tayo na kakakita ng mga babae,
Mga babae na may ibat ibang klase
May babaeng maganda, makinis ang katawan, maputi, sexy at mapula ang labi,
Madalas sila ang ating natitipuhan kesa sa babaeng mahinhin,tahimik,at walang arte sa buhay - kumbaga babaeng simple.
Karaniwan nalang yung babaeng maganda, kung saan saan natin sila nakikita, madalas sa labas o kalsada, ang iba sa bahay o sa social media.
Pero pre, sa panahon ngayon wag puro ganda ang hanapin, humanap ka ng babaeng kaya kang tulongan sa bawat pagsubok na kakaharapin.
Piliin mo yung babaeng marunong dumiskarte - hindi yung puro make up ang ginagawa at panay arte,
Piliin mo yung babaeng marunong lumaban sa buhay - hindi yung puro opo nalang at pasarap Buhay.
Piliin mo yung babaeng may natutunan hindi lang sa akademiko kundi pati sa buhay - na kahit Anong Hirap ang daranasin hinding hindi siya hihiwalay.
Piliin mo yung babaeng tutulongan ka na abutin ang mga pangarap mo, yung babaeng kaya
kang samahan sa magulong mundo,
Yung babae na sasamahan ka sa hirap at ginhawa - yung babae na titiisin lahat hanggang sa pagtanda ninyong dalawa.
Piliin mo yung babaeng kaya kang samahan sa kahit anong laban.
Piliin mo yung babae - hindi basta babae lang.
Sa panulat ni : Jeian Nirza Putol

"Magising kana sa Realidad"

Sa mundong ito hindi lahat ng bagay na hihilingin mo matutupad,
At habang tumatagal ang buhay mo sa mundong ito matutunan mong maramdaman ang sakit at kawalan ng saysay sa realidad.
Maraming kang pagsubok na kakaharapin
Maraming paghihirap at pagtangis ang daranasin
Hinding hindi mawawala ang mga suliranin sa bawat nagdaraang panahon
Dahil hindi madali ang buhay kung saan tayo nabubuhay ngayon.
  Makinig ka...
Sa mundong ginagalawan natin kung saan merong liwanag _ siguradong meron ding anino na hindi mawawala
Ganyon din ang buhay ng tao _ mayroon pagtangis at pagdurusa.
Hanggat merong namumuong konsepto ng mga matagumpay sa buhay _ siguradong meron din mga talonan
Kailangan molang maging masipag at pagtiyagaan ang buhay para sa inaasam na kapayapaan.
Ang makasariling paghahangad na kapayapaan Ang magbibigay daan sa mga digmaan
Na buo ang galit at puot upang ma protektahan Ang pagmamahalan,
Malaking kaugnayan ang mga bagay na ito sa isa't Isa at hindi yun maaaring pag hiwalayin
Dahil kakambal na ng saya at ligaya _ ay ang lungkot at dusa.
Kaya magising kana mula sa pagkakahimlay
at harapin ang realidad ng buhay.

Sa panulat ni : *Jeian Nirza Putol*

" Sarili Na Muna "
(Piliin mo parin ang iyong Sarili)

Maraming bagay ang gusto natin mangyare,
Mga bagay na magpapasaya sa ating sarili,
At magpapasaya sa ibang tao - minsan sa kagustohan natin magpasaya nagiging hudyat pa ito para maging masama sa iba.
Marami akong nagawa sa nga panahong malungkot at masaya,
Marami akong naibigay sa ibang tao na hindi ko naibigay sa sarili ko,
Marami rin akong natutunan ngayong taon,
Tulad ng pagpapahalaga sa sarili na dapat binibigyan din ng atensyon.

Isa rin sa mga natutuhan ko sa aking sarili, Ang hindi mo pagpilit sa kahit na anong mga bagay o pangyayari,
Lalo na kung hindi naman talaga para sa'yong sarili.
Kaya kahit puro puno ng 'Bakit at paano', pinili kong maniwala sa kakayahan ko na dati hindi ko pinaniniwalan.
Napaniwala na ako ng mundo na kung mayroon man akong pahahalagahan, yun ay ang aking sarili.
Kung mayroon man akong hihilingin para sa'yo, iyon ay sana maniwala ka sa kakayahan mo at pahalagahan mo ang 'yong sarili.
Huwag mong iiwan ang sarili mo.
Hanapin mo ang tama kahit puno ka ng 'baka at paano.
Hanapin mo ang totoong ikaw sa mundong maraming mapagpanggap na tao.
Ibigay mo sa sarili mo ang pagpapahalaga at pagmamahal na hindi kayang ibigay ng ibang tao.
Ibigay mo sa sarili mo ang malawak na pang-unawang sa'yo naman talaga dapat nagmumula.
Hindi responsibilidad ng ibang tao ang pagppahalaga sa'yo,
Hindi nila obligasyong iparamdam at gawin ang mga bagay na dapat ikaw ang gumagawa para sa sarili mo.
Tutulungan ka ng ibang tao pero ikaw pa rin ang pipili sa magiging buhay mo,
Wala kang dapat ipilit, hindi mo kailangang pilitin ang ibang tao.
Magtiwala ka sa kakayahan mo.

Kung na kaya ko - Kaya mo.
Sa panulat ni : Jeian Nirza Putol

" Hakbang"

"Hindi darating ang isang magandang bukas kapag hindi ka hahakbang"
Sinabi ko sa sarili ko na kapag nagmahal ulit ako ng ibang tao
Sisiguraduhin ko na magiging masaya na kame pareho
Hindi ko ipapaparamdam sa babaeng mahal ko ang masakit na pinagdaanan ko.
Pero may mga problemang dumarating sa buhay natin sa hindi inaasahang pagkakataon.
Hindi natin alam kung pang habang buhay ba ang kasiyahan na nararamdaman natin sa ngayon.
Ayuko dumating sa puntong nag aantay nalang tayong sumuko,
Kung may problema ka sa'kin sabihin mo
Kasi bago ako samugal sayo
Nangako ako sa sarili ko na ikaw ang magiging huli ko.
Kapag nawala ka ~ ayuko na
Kapag iniwan moko ~ matatagalan bago pa ako makapag simula
Pero wala, Iniwan mo padin ako,
Sa pag alis mo naiwan ako dito,
Madilim ~ wala ng liwanag sa buhay ko simula nong lumisan ka.
Nalungkot ~ hindi kona naramdaman kung paano maging masaya.
Nawalan ng Pag Asa ~ hindi ko alam kung paano ulit magsisimula.
Dahil lahat ng pagmamahal, pag aalalaga at pagpapahalaga ay ibinigay ko lahat sayo at walang natira para sa sarili ko kasi akala ko magiging perpekto ang relasyon na meron tayo.
Lumipas ang maraming araw, buwan at taon,
Talagang sinubok ako ng panahon
Dumating sa punto na muntik na akong mawala sa sarili ko,
Pero salamat sa mga taong hindi ako iniwan at sinukuan gaya mo.
Dahil sa kanila naramdaman ko ulit kung paano maging masaya,
Naramdaman ko kung paano mabuhay ulit ng mag isa.
Hindi darating ang isang magandang bukas kapag hindi ka hahakbang
Kailangan mong buoin ang sarili mo
Kailangan mong maging matapang
Kailangan mong matutong sumugal

Itanong mo sa sarili mo
Handa mo na bang iwan ang hindi ka pinaglaban?
Handa ka bang kalimutan ang nakaraan?
Dahil sa paraan na yan, don mo lang mararamdaman ang tunay na kalayaan mula sa pagkakabilanggo sa mapait mong karanasan.
Sa panulat ni : Jeian Nirza Putol

"Pangarap • Mangarap"

Marami tayong pangarap sa buhay na gustong gusto nating abutin,
Pero kung minsan pinanghihinaan tayo ng loob dahil sa mga suliranin.
Pangarap natin ang magkaroon ng magandang kinabuksan
Pangrap natin magkaroon ng masayang samahan, masayang paglalakbay kasama ang pamilya at mga kaibigan.
Pangarap natin ang mga ito, at libre lang ang mangarap kaya wag natin pipigilan na mangarap ang ibang tao
Sa ngayon mangarap ka, mangarap nalang muna tayo
Wag tayong magmamadali na abutin ang nga 'to
Dahil may tamang oras, araw at panahon ang pangarap ng bawat tao.
Sa ngayon payo ko sayo gawin mo ang mga bagay na magpapasayo sayo,
Gawin mo ang mga bagay na magbibigay ngiti sa mga labi mo,
Kahit may mga taong ayaw sayo dahil sa kakayahan mo, at may mga taong sisiraan ka
Dahil ayaw ka nilang umasenso.
Tandaan mo!

May naniniwala man sayo o wala tuloy mo padin, dahil darating ang araw ikaw ay titingalain, wag ka mag papaapekto sa ibang tao, dahil hindi sila nagpapatakbo ng buhay mo kundi ikaw mismo.

Sa panulat ni : Jeian Nirza Putol

" Sermon"

"Masakit sa tenga ang paulit ulit na sermon nila,
Pero mas masakit yung walang magulang na nagtatama sayo kapag nagkakamali ka "
Alam mo? napaka swerte mong bata
Kasi may magulang ka na kayang alagaan ka,
Kaya kang mahalin ng buong buo at
Kayang ibigay lahat ng gusto mo.
Kung may magulang ka na mapagmahal at maalaga -dapat mahalin mo sila,
Dapat - erispito mo sila,
Dapat - pahalagahan mo sila,
Dapat - sumunod ka sa kanila
Dahil ang hangad lang nila ay mapabuti ka.
Yung ibang bata nga gusto magkaroon ng magulang
Na kahit hindi sila mayaman basta buo sila at nagmamahalan,
Na kahit ano man ang kalagayan sa buhay kahit isang kahig isang tuka man,
Ang mahalaga buo sila at nagmamahalan.
Pero may mga anak talaga na kung magkapagsalita sa magulag nila
Akala nila kung sino,
Kung makasagot sa magulang akala mo ibang tao,
Kung murahin nila akala mo hindi nasasaktan ang kanilang puso.
Alam kong nakakarindi ang mga salita nila mama at papa,
lalo na kapag umagang umaga nagbubunganga,
Masakit sa tenga ang paulit ulit na sermon nila,
Pero mas masakit yung walang magulang na nagtatama sayo kapag nagkakamali ka.

Sa panulat ni : *Jeian Nirza Putol*

"Pagsubok"

Mailap sa akin ang mga pamilya at kabigan ko, Wala akong natatakbuhan sa tuwing pasan pasan ko ang mundo,
Maswerte na nga lang kung may makikilala paako na isang tao,
Isang tao na handang makinig at samahan ako sa madilim kong mundo.
Nakakapagod din pala sabihin sa sarili na "Okay lang ako"
"Pagsubok lang 'to"
"Malalagpasan ko 'to"
"Kakayanin ko 'to"
Pero sa kaibutoran ng aking puso gusto ko nang sumuko.
Yung kahit anong paraan ang gawin mo para maipakita sa lahat ng tao na lahat kakayanin,
Pero wala e, pagod ka padin.
Pagod na yung isipan,
Pagod na yung katawan,
Minsan gusto ko nalang maging manhid para wala na akong maramdaman,
Kasi kahit wala ka na ngang ginagawa pakiramdam mo lahat gusto monang wakasan.
At dadating ka sa punto na maaawa ka sa sarili mo, At minsan mapapatanong ka nalang na "bakit ganito ako?" bukod sa "Talo" wala ka ding kwentang tao.

Sa panulat ni : Jeian Nirza Putol

" Wag Kang Gaganti "
(Roma 12:19)

Wag kang gaganti
Kahit maliitin ka nila
Tapak tapakan ka nila
Pag usapan kaman kapag
nakatalikod ka
Pagtawanan ka
Wag na wag kang gaganti
Kahit sobrang sakit na
Kasi yung Panginoon natin si Jesu Cristo
Napakabuting tao pero anong ginawa ng nga tao?
Hinuli
Hinatulan
Binugbog
Pinahirapan
Pero kahit konti
Hindi siya nag reklamo
Hindi niya naisipang mag higanti
Sabi nga sa bibliya Isaiah Sengkwenta'y Trees Syete (Isaiah 53:7)
" Siya ay BINUGBOG at PINAHIRAPAN ngunit hindi siya tumutol kahit konti man."
Hindi siya nanlaban hanggang kamatayan
Pagmamahal parin yung pinakita niya
At ipinaramdam niya sa taong bayan.
Kaya alam niya kung ano yung pinagdadaanan mo
Kung ano yung nararamdaman mo
Dahil bago mo paman maranasan yan
naranasan na niya
Kaya kung kinaya ni Jesus na palitan ng pagmamahal lahat ng pagpapahirap sa kaniya
Kayang kaya mo rin dahil nanjan siya.
Nanjan siya sa tabi mo, nanjan sa puso mo.
Naninirahan siya sa bawat puso
ng taong nananampalataya sa kaniya.

Kaya ikaw! OO, Ikaw! magtiwala ka sa kaniya, pangibabawan mo ang pagmamahal sa 'yong kapwa

Huwag Kang maghihiganti sa kanila, Hayaan mong ang Diyos Ama ang Siyang Humusga sa mga taong sayo'y nagkasala.

Sa panulat ni : Jeian Nitza Putol

"May tamang Panahon para sa'tin"

Ang bawat isa ay may natatanging katangiang taglay
Iba-iba man ang pamamaraan ng pagpapalaki ng ating mga magulang sa atin,
ngunit ikaw at ako ang patunay ,
na di nagkamali ang Panginoon sa pagkakalikha sa ating buhay.
Bagama't hindi perpekto at may kapintasan ang ilan sa atin,
maaring ito naman ay maging kalakasan sa iba o sa sarili natin.
Katulad ng mga tula tungkol sa sarili na nakasulat dito o mga guhit at ilusyon na akala mo'y totoo, nawa ay magsilbing inspirasyon ang mga ito sa iyo.
Palakasin ang mga bagay kung saan ka mahina
at iwasan ang pagkukumpara ng iyong sarili sa iba,
dahil may kaniya kaniyang panahon ang bawat Isa.
Maaring sa ngayon nasa ibaba ka,
malay mo bukas makalawa nasa taas kana.
Maghintay kalang at magtiawala,
dahil may tamang panahon para tayo'y guminhawa.

Sa panulat ni : Jeian Nirza Putol

" Lord, Patuloy Akong Magtitiwala "

Lord hindi ko alam kung pano sisimulan,
Nahihirapan akong itugma ang buhay sa bawat salita na lumilitaw sa aking isipan,
Ang bawat tunog sa bawat saknong ng bawat taludtod ay nabibigatan katulad ng nararamdaman
Ilapat sa mensaheng
ibig iparating ng damdaming nagaalinlangan.
Minsan na ako'ng nadapa sa landas na mabato
Nagalusan ang aking mga palad at mga tuhod ay nagdugo
Nahirapan ako'ng bumangon at maglakad nang muli
Ngunit akin pa ri'ng pinilit nang may matapang na ngiti.
Minsan ako'ng lumuha dahil sa matinding pagkabigo
Muntik nang naudyok na tumalikod na lang at sumuko
Subalit nakakita ng dahilan na patuloy na maniwala
Na mas matamis ang tagumpay kung may kasawian muna.
Minsan ako'ng naligaw sa pagkadilim-dilim na kawalan.
Naubos ang tinig sa pagtawag para sa kaligtasan.
Halos masanay na ang aking mga mata sa nakapopoot na dilim
Pero nakahanap pa rin ng pag-asa upang pawiin ang pininimdim.
Marami na rin ako'ng napagdaana'ng pagsubok,
Nakapaglakbay na sa pinakailalim at sa pinakarurok,
Nalasap ang pait at tamis sa masalimuot na biyahe ng buhay.
Ang akala'y nakita ko na ang lahat sa aking paglalakbay.
Ako ay nabigla dahil ako'y lubos na nagkamali
Nang isang araw na namulat na lang nang ikaw ang katabi.
Dahil dito sa buhay ay mas marami pa pala'ng kulay at hiwaga,
Mas marubdob pala ang hatid mo'ng misteryo't talinhaga.
Hindi ko alam ang plano mo Lord pero patuloy lang akong magtitiwala.
Sa panulat ni : Jeian Nirza Putol

"Huli Na Nang Malaman Kong Mahal Pala Kita"

Araw at gabi mo akong napapatawa
Oras oras minu-minuto tayo naging masaya
Maraming beses narin tayong magkasama
At masaya sa piling ng isa't isa.
Di na rin mabilang ang pagkakataon na naisip ko na sa aki'y mahalaga
May mga pagkakataon din na hinahanap hanap ka
Kapag napapalayo sayo tila nawawalan ng sigla
Pero huli na nang malaman kong mahal pala kita.
Sa bawat sandaling kapiling kita
Tila buong mundo koy napakasaya
Kasi sa tabi mo pwedeng "tayo" kumbaga
Dahil tanggap mo ang buong ako ng walang bahid ng panghuhusga.
Kaya sa buhay ko talagang mahalaga ka
Ayukong mawalan ng tao na gaya mo masaya pag kasama
Nong nakita kita na may nagpapasaya sa'yong iba nagalit ako bigla
Pero huli na nang malaman kong mahal pala kita.
Isang araw nagising nalang ako naisip ko na higit pa sa pagpapahalaga ang nararamdam ko para sayo
Pero binaliwala ko itong nararamdaman ko
Sa pagaakalang pansamantala lang to dahil tropa mo ako
Sinikap kong mawala ang nararamdaman ko
kaya naisip ko'y pansamantalang lumayo sayo.
Pero di ko na namalayan na masyado na palang malayo sayo
Ang dating ikaw at ako na masaya nating pagtatagpo
Ay unti unting nawala at biglang nag laho, Ang dating tayo wala na, ngayon ibang tao na ang kapiling mo
May pumalit na sa posisyon ko na dati'y ako ang sa tabi mo.
Tuluyan na ngang nawala ang mga pagkakataong tumamatawa tayo pareho
Ang masaya nating mundo ay biglang naglaho
At saka ko pa lamang nalaman na may gusto ako sayo
Huli na nang malaman kong mahal pala kita

At hindi lang bilang tropa.
Sa panulat ni : Jeian Nirza Putol

" Ang layo ko na pala sa dating ako "

Kinamusta ko sarili ko
Ang layo ko na pala sa dating ako.
Halos hindi ko na siya makilala,
madaming nagbago.
Alam mo mapapayo kolang sayo self,
Sana sa panahong pinanghihinaan ka ng loob wag Kang bibitaw,
kung hinahabol ka ng lungkot, pangamba at kakot sana manatili ka pa ring matatag.
Sikapin mo pa rin matupad lahat ng pangarap mo kahit na maraming pagsubok,
tatagan mo lang loob mo - huwag ka papatinag.
Wala lang, naiyak lang ako sa mga nangyayare sa'yo ngayon,
marahil ito nga ang tadhana na binigay sa'yo ng panahon.
Alam kong pagod kana sa lahat lahat
pero wala kang pagpipilian kundi kayanin ang lahat.
Normal lang ang mapagod, pero hindi normal ang sumuko self tandaan mo yan.
Magpahinga ka pero magpatuloy ka parin sa laban
Darating ang panahon makakamtan mo din ang kaginhawaan,
magiging masaya karin, makakalaya ka mula sa pagkakakulong mo sa kanlungkotan, mapapawi rin yung pagod mo, kinaya mo na 'to dati kaya alam kong kakayanin mo din ngayon.
Sorry self ha? Sa ngayon tanggapin mo na muna sarili mo wag kang mag aalala
aayusin kita kahit ako lang mag isa.
Sorry self, mahal na mahal kita.
Sa panulat ni : Jeian Nirza Putol

" Hiling na Paghilom "

Ibubulong sa hangin ang hiling na paghilom
Kalakip ang mga alaala sa dinanas natin'g kahapon
Maglalakbay papalayo sa hardin kung saan una tayong nagtagpo
Nais nang tumalikod at makalimut ngunit paano.

Tinatangay ng agos ang bawat hibla ng alaala
Ngayong gabi ika'y mistulang mga tala na patuloy tinitingala
Hihimbing kaya ako sa aking pagpapahinga
Kung kabisado pa rin ang hulma ng iyong mukha.

Huwag mo akong iiwan paulit-ulit kong pinakikinggan
Lungkot mo'y aking papawiin puso mong wasak ay aking bubuuin
Di ako aalis sa iyong piling kahit ang bukang liwayway pa'y dumating
Sarili ko sa'yo ay iaalay hindi ko ipagdadamot
Wag mo lang din akong iiwan sa iyong paghilom at paglimot.

Ngunit na saan na ang mga pangakong iyon
Tila nawala na rin kasabay ng pagdaan ng panahon
Nasa stadu na ako ng proseso para tuluyan kang burahin sa puso't isipan
Ihahanda ang sarili para sa hinihiling na kagalingan.

Handa na akong gumaling, at salubungin ang mga umagang hatid ng magandang bukas, sa pag-asa ng isa pang bagong pag-ibig
Na muling maghihilom, sa mga sugat ng aking nakalipas.
Sa panulat ni : Jeian Nirza Putol

" Dear Diary"

Dear Diary,

Lahat tayo mamatay o mawawalan ng hininga
Nakakatuwa lang pag kweninto mo sa iba
pero yan yung totoo parte nayan ng buhay natin bilang mga tao.

Hindi natin alam kung paano, saan, o Kailan tayo mawawala pwedeng
mamaya, bukas, sa isang linggo o biglaan
Lumipas man ang ilang daang taon
Maglalaho parin tayo dahil napakaikli na ng buhay natin ngayon.

Napakabilis na rin ng oras at panahon
hindi natin namamalayan matatapos na pala ang isang taon
kaya nga maganda kung magmahal tayo ng tapat at totoo
magpatawad at matutong magpahalaga sa kapwa tao.

Pahalagahan natin yung mga panahon na nakakasama natin sila dahil
hindi natin alam bigla nalang tayo o sila mawala
Magpasalamat tayo sa kung anong buhay meron ang bawat isa
pero wag tayo titigil na abutin yung mga pangarap natin
Lumaban, bumangon hanggang sa ito'y kaya nating abutin.

Sa mundong 'to na minsan hindi na natin maintindihan
Piliin parin natin maging masaya at magpakatao sa kahit sino man
respetohin natin ang bawat isa
Mayaman, mahirap ibigay natin ang respeto sa kanila.

Gawin natin yung mga bagay na magpapasaya sa'tin sa paraang wala
tayong nasasaktan na damdamin
Imbis na magsiraan at maghatakan tayo pababa
pwede naman tayo magtulongan at umangat ang bawat isa.

Sama sama nating abutin ang mga pangarap nating lahat, sabay sabay
nating iangat ang ating pamagat

Walang maidudulot na maganda ang pagiging makasarili lahat tayo nangangarap na gumanda ang buhay, kaya nararapat lamang na tayo ay maghawak kamay.

Darating ang panahon na kwento nalang tayo sa ibang tao, hindi na mahalaga yung mga taon na nilagi natin sa mundong 'to
Ang magmamatter nalang ay yung mga taong nilagyan natin ng saya at tuwa sa kanilang mga puso
Yung mga taong natulongan at napasaya natin at yung nga taong napukaw ang kanilang damdamin na pahalagahan ang kanilang sarili upang 'wag baliwalain.
Sa panulat ni : Jeian Nirza Putol

" Napatawd ko na kayo | Nakalaya na ako "

Hindi ako magagalit kung magkakagusto ka sa iba,
Hindi ako magtatampo kung sa kaniya ka magiging masaya,
Hindi rin ako magtatanim ng sama ng loob kung sa kaniya ka sumama,
Kasi sa una palang ~ alam ko naman na hindi ko hawak ang nararamdaman mo diba? .

Kaya kahit anong oras pwede kang magkagusto sa iba,
Itutulak kita papunta sa kaniya para maging masaya ka,
Pakikiusapan ko siya na sana alagaan at mahalin kaniya
Tulad ng pag mamahal at pag aalaga ko sayo nong tayong dalawa pa.

Wag ka mag alala ayos lang ako, ano ka ba?
HAHAHA ako pa ba..?
Kaya ko 'to, saglit lang naman mawawala to,
Pagtapos niyan wala na ~ okey na ulit ako.

Hindi ako nagagalit sayo,
Bakit? pag nagalit ba ako ~ mababago ko ba nararamdaman mo?
Mamahalin mo ba ako tulad no'ng una nating pagtatagpo?
Pipiliin mo ba ako kung siya ang mahal mo?
Babalik ka ba kapag magmakaawa ako sayo?.

Hindi diba?! kaya sige na,
Hatid na kita sa kaniya,
Doon kana sa kaniya ~ Pangako susuportahan kita
Masaya na ako kung makikita kitang masaya.

~~~~...

Tropa~Alagahan mo siya ah,
Mahalin mo siya tulad ng pagmamahal ko sa kaniya,
Napaka swerte mo kasi pinili ka niya

Sana maging masaya kayong dalawa.
Wag kang mag alala Tol, napatawad ko na kayo, Best friend kita, girl friend ko siya - pero kung kayo talaga naka tadhana wala akong magagawa, ang malas kolang kasi pareho pa kayong mawawala.
Sa panulat ni : Jeian Nirza Putol

" Rehas ng Kamatayan "

Mistulang mga rehas ang bintana sa kanilang tahanan
Ang mga bintana ng bahay na kanilang kinalalagyan
At bagamat malayang nakakalabas at nakakapasok sa pintuan
Ngunit hindi nakatakas sa apoy ng kamatayan.

Pilit na kumakawala at kapwa lumalaban
Sa apoy na tumopok sa kanilang tirahan
Lumaban hanggang kamatayan
Walang iwanan ano man ang maging kapalaran.

Sa araw araw ng ating buhay
Madaming pagsubok ang sumasalakay
May araw na masaya at makulay
Meron din malungkot lalo na kung nawalan ng mahal sa buhay.

Paano mo nga ba ito haharapin?
Anung paraan ang dapat isipin?
Kailan bang kapayapaan kakamtin?
Sino bang andiyan para ikay sagipin?

Maraming bagay dapat isa alang-alang
Kung alin ang sapat, alin ang kulang
Ang tama at mali dapat itimbang
Para sa huliy walang maiwang patlang.

Hindi ko pa rin matanggal ang pakiramdam ng pagkaluho't pagkamuhi
na tila ba kami ang dahilan ng kanilang pagkasawi
Hindi ko matanggal sa aking sarili
Ang labis labis na aming pagsisisi.

Sakit at pighati ang aming dinaranas
Sa mag inang aming nasaksihan 'di man lang nakatakas
Sa dalawang buhay na animo'y nakakulong sa rehas
Gustong makalaya't sa sunog makatakas.

Dalawang buhay ang nawala
Dalawang buhay ang nasira
Hindi inaasahan na makita ng madla
Ang mag-inang kapwa naglaho sa harap ng bintana.
Sa panulat ni : Jeian Nirza Putol

"Nakakapagod din pala mag paalala"

Nakakapag din pala no? Magpaalala palagi.
Minu-minuto pinapaalala ko sa kanya na
hindi ko winawaglit sa isip ko na sabihin ang mga linyang " Ikaw Ang Lakas at Pahinga ko".

Lakas ko pagtapos ng mahabang araw na palikipagbuno sa buhay at para maipadama ang pagmamahal sa kaniya.
Lakas ko habang naglalakbay mula simula hanggang maabot ang dulo ng linya.

Pahinga ko upang mapaalala na ang bawat pagkakataon na makasama siya ay mahalaga
Pahinga ko dahil napapakalma niya ang puso't isipan ko nang walang pagdududa.

Sa araw-araw na pagpapaalala ko sa kanya,
na siya ang Aking Lakas at Pahinga.
Ako pala yung unang mawalan ng Lakas at hininga,
Boses ko'y di na madinig sa sobrang hina,
Hindi makabangon dahil walang Lakas na nagpapaalala.

Ngayon napagtanto ko na sa mga panahong kinailangan ko siya para maging kalakasan ko,
siya din pala ang magiging dahilan ng kahinaan ko.
Sa araw-araw na pagpapaalala ko sa kanya,
na siya ang Lakas at Pahinga ko,
hindi ko namamalayan may iba na pala siyang Pinaplano.

Hinihingal,
Bumabagal,
Na-uutal,
Umaangal,

Nawawalan ng tamang asal,
Nangyare ang lahat ng ito nong biglang naglaho ang nag iisa kong minahal.

Nakakapagod din pala 'no? magpaalala palagi.
Sa panulat ni : Jeian Nirza Putol

" Pangungulia"

Ma, Pa sa ganitong paraan ko nalang ba kayo makakasama?
Araw at gabi ko kayong niyayakap at pilit dinadama ang inyong pagkalinga sa pamamagitan ng ginuhit kung larawan.
Sa ganitong paraan naiibsan ang pagpatak ng aking mga luha at gumagaan ang aking nararamdaman.

Walang panahon na hindi ko kayo naaalala,
Hindi ko alam kung bakit naging ganito ang ating pamilya.
Tila isang sumpa ang binigay sa inyo nong ako'y ibinigay ni bathala
Dahil kasabay ng pagdating ko sa inyong buhay ay siyang pagguho sa sinasabi kong masayang may bahay.

Ma , Pa kamusta na kaya kayo? siguro masaya na kayo sa bago ninyong pamilya.
Tumutulo na naman ang mga luha sa aking mata.
Tila nanumbalik sa akin ang dating mga alaala.

Mga alaala na buo pa tayo at nasa iisang masayang tahanan
Kung pwede lang humiling na sana bumalik kayo sa dating kanlungan
Ginawa ko na noon pa,
pero wala dahil kahit ilang beses ko yun hilingin sa inyo mas ginusto niyo pang bumuo ng bagong pamilya.

Ma,Pa mahal na mahal ko kayong dalawa
Pero ang daya daya ninyo kasi iniwan niyo akong mag isa
Nandito ako isang sulok ng tulay nangangapa dahil wala ng ilaw na siyang gumagabay sa akin,
Nandito ako sa isang pader na sinisilungan dahil wala ng haligi ng tahanan ang mag poprotekta sa akin.

Alam kong masaya na kayo sa kaniya kaniya ninyong tahanan ngunit nais kung mangarap na kunwari na nandito kayo...
kasama ko...

Sa panulat ni : Jeian Nirza Putol

" Ikaw Lamang"

Kahit araw araw mo pa akong awayin,
Kahit araw araw mo pa akong suntukin,
Kahit araw araw mo pa akong murahin,
Kahit araw araw mo pa akong sampalin
Hinding hindi pa rin kita titigilan mahalin.

Hindi ako magsasawa sayo kahit ilang beses mona ako tinutulak papalayo.
Hindi kita iiwan, ni hindi pagsasawaan.
Pipilitin kong manatili sa piling mo sinta at
ipapadama sayo ang pagmamahal na mas higit pa.

Mapapagod ako sayo pero hinding hindi kita susukuan, ano man ang mangyare mananatili ako sa iyong tahanan.
Pagka't ayo'ko ng kumilala ng iba, pipiliin pa rin kita kahit medyo malabo na.

Mahal kita at hindi ako magsasawang patunayan yan sayo.
Walang anumang bagay sa mundo na makapagtitibag at makahihigit sa pag-ibig kong laan para sayo.

Mahal Kita at mas mamahalin pa - higit sa mga araw na bilang, higit sa mga oras na ninakaw ng dilim pagka't maaga ang takipsilim, higit sa kaibuturan ng dagat na wala pang nakalalangoy - higit sa mga panahong pipiliin kang mahalin.
Pagka't sayo ko nakuha ang sagot sa aking dalangin.
Sa panulat ni : Jeian Nirza Putol

"Lamat ng Pagkakaibigan"

Dati, may isa akong matalik na kaibigan,
Mabait s'ya at siguradong maasahan.
Halos ng bagay aming napagkakasunduan.
At alam kong 'di n'ya ako iniiwan.

Ngunit may kakaibang nangyari,
Pinagpalit n'ya ako sa isang babae.
Babaeng nagpatibok ng kanyang puso,
Kaya't ang sarili ko'y dinistansya ko.

Nagkaroon ng lamat ang aming pagkakaibigan
Madalas na kaming hindi nagpapansinan,
At madalas na rin kaming hindi nagkakaintindihan.
Anong nangyari sa amin? Anong nangyari sa'king kaibigan?

Siya'y masaya na sa kanyang kasintahan,
Habang ako'y tuluyan na n'yang iniwanan.
Nagpagpasyahan kong s'ya rin ay kalimutan,
At sa listahan ng aking kaibigan siya'y aking inekisan.

Sinanay ko ang aking sarili,
Sinanay kong wala na s'ya sa buhay ko.
Sinanay kong wala na s'ya sa sistema ko.
Sinanay ko kasi alam kong mas makakabuti ito.

Maaaring kilala ko s'ya sa pangalan,
Pero ibang-iba na ang kanyang katauhan.
Kaya kayo, pumili kayo ng maaasahang kaibigan,
'Yung hindi kayo makakalimutan kailanman.
Sa panulat ni : Jeian Nirza Putol

"Samahan"

Ang tulang ito ay mula sa
Mga kaibigang lagi kong kasama
pati magulang nami'y magkakilala
barkadang layunin ay hindi masama
pag-aaral ay 'di binabalewala

tunay nga na sila'y aking kaibigan
sa saya at lungkot ay nagdadamayan
ni isa sa amin ay 'di iniiwan
anong trip ng isa na trip na rin namin 'yan

di maiiwasan ang mga tampuhan
ngunit inaayos di pinabayaan
may pa handshake-handshake pa kaming nalalaman
simbolo ng aming pagkakaibigan

mga alaala ng lagi naming dala
saan man kami dadalhin ni bathala
balang araw muli kaming magkikita
magsasaya gaya noong kami ay bata.
Sa panulat ni : Jeina Nirza Putol

"Pakikipag Tipan sa Kapwa Kasarian"

Karamihan sa kanila sinasabi na bakit lalaki? E may babae naman? - e ano naman kung kapwa lalaki o babae ang natitipohan? Bakit? Ikaw ba nahihirapan? Ikaw ba ang magmamahal.?
Hayaan mo sila na husgahan kami ang mahalaga Hindi kami nakaksakit ng mga babae.

Pero sa halip na lumaban hayaan mo nalang
lagi mo nalang isagot - hindi tayo ang nagdeddisisyon kung sino ang mamahalin natin.
Kahit babae kaman, mapalalaki, bakla o tomboy
Matanda sa atin o mas bata sa atin.
Puso natin ang siyang pumipili kung sino o kanino siya titibok - kapag tinamaan ka ng pagmamahal - kahit anong pagpigil mo jan hindi mo yan mapipigilan. Tama nga sila - wala sa edad o kasarian ang basehan ng pagpapamahal dahil sa dulo mananalo pa rin ang pagmamahal.

Pero ang masakit lang - ay yung makakrinig ka at pagsabihan ka ng - paano kayo mag s*s*x? Paano kayo makakabuo? Ang sakit lang isipin na ang iniisip agad nila s*x.

Ang pagmamahal ng kapwa lalaki o babae ay hindi lamang tungkol sa pagtatalik - Ang pagmamahal ay tungkol sa pang-unawa, katapatan sa karelasyon, pagiging mabuti at pagtitiwala sa kasintahan.

Hindi masusukat ang pagmamahalan sa pamamagitan ng pakikipagtalik lamang.
At Oo, wala sa bibliya ang pakikipagrelasyon sa kapwa lalaki o babae - At alam namin na mali parin sa mata ng ibang tao ang ganitong uri ng relasyon.

Pero hanggat wala kaming tinatapakan na ibang tao - ipaglaban namin ang pagmamahalan namin hanggang dulo. At kung hindi niyo kami kayang suportahan respitohin niyo na lang kami bilang mamamayan.
Sa panulat ni : Jeian Nirza Putol

" Walang Kahulugan Ang Buhay"

Walang eksaktong kahulugan ang buhay ng tao, ang buhay ay buhay ganun lang kasimple yun, hindi ito kagaya ng isang pilikula na kumplikado.

Masdan ang galaw ng kalikasan.
Sumisikat ang araw sa umaga sa Silangan
at lumulubog ito pag hapon na sa Kanluran.
Ang buwan ganun din sumisinag ito sa pagsapit ng gabi at nagkukubli pagdating ng bukang-liwayway.

Ganito rin ang mga bituin, lahat sila kumikilos nang ayon sa kanilang galaw at katalagahan. Kumbaga sa musika umiinag ang makabagong still pero madalas makaluma.

Ang karagatan kalmado lang ang dagat pero minsan maligalig din s'ya kung kinakailangan.
At ang hangin walang humpay sa kanyang pag-ihip sumasabay siya mula silangan o kanluran.

Walang kahulugan ang buhay sapagkat tayo ang gumagawa ng kahulugan ng sarili nating buhay.
Tayo ang lumilikha ng sarili nating kasaysayan. Tayo ang pumipili ng sarili nating kahulugan.

Teacher ka ba? Magturo ka nang buong husay, ituro mo sa mga bata ang kahalagahan ng kaalaman. Pulis o Sunadalo ka ba? Makipag laban ka ng buong lakas, ialay ang iyong sarili para sa kapayapaan ng nakararami. Manunulat ka ba? Magsulat ka nang buong puso nang maliwanagan ang mga isipan na malabo.

Kung ano man ang napili mo'ng gawin, gawin mo ito nang buong galing. Kung umiibig ka naman, umibig ka nang buong tapat at iaalay mo sa iyong sinta ang lahat. Maging mabuti ka sa kanya, mahalin mo s'ya nang higit sa lahat.

Walang kahulugan ang buhay, 'wag mo itong hanapin sa relihiyon dahil wala ito roon. Panay kaulolan lang ang matutuhan mo sa mga nagbabanal-banalan at nag-aaring ganap, na kung umasta at magsalita akala mo ay kahuntahan nila ang Diyos. Wala rin ito sa pamahalaan at mga lingkod bayan, lalong wala ito sa dami ng yaman.

Walang kahulugan ang buhay tulad sa isang tapayan na walang laman kailangan mo itong sidlan. Hindi bukas kundi ngayon ang panahon ng pagsalok ng kaalaman at karanasan kaya 'wag mo itong sayangin.

Walang kahulugan ang buhay 'pagkat ang buhay ay isang kawalan na kailangan mo'ng punuan. Tulad ito sa blankong papel na kailangan mo'ng sulatan. Isang hiwaga na kailangan ikaw ang tumuklas.

Walang kahulugan ang buhay basahin mo man ang lahat ng aklat at kahit pakinggan mo pa ang lahat ng talumpati sa mundo hindi mo ito makikita.

Walang kahulugan ang buhay 'wag mong pagurin ang sarili mo sa paghahanap nito. Ang kahulugan ng buhay ay nand'yan sa loob ng puso mo. Kung saan ka maligaya naroon din ito. Aanhin mo ang maraming diploma at pagkilala kung hindi ka naman masaya? Ano'ng saysay ng mga palakpak kung huhupa rin pala ang mga ito? Hindi mo makikita ang kahulugan ng buhay sapagkat kailangan na ikaw mismo ang gumawa nito.

Sa panulat ni : Jeian Nirza Putol

" Musika ng Pag-ibig"

Kakaiba ang huni ng mga ibon sa kagubatan,
animo'y isang kanta na nag papagubag loob sa aking kalooban,
hindi mawari kung saan ang patutungohan
ng isang tinig na minsa'y nagpahilom sa aking isip.

Kakaiba ang haplos ng banayad na musika,
Masarap damhin sa puso. Pahinga ang dulot
Sa pagod ko'ng kaluluwa, ginagamot pati mga
Sugat sa aki'ng damdamin.

Masarap din pagmasadan ang tubig sa karagatan,
ngunit parang isang liriko ng kanta ang humahampas sa dalampasigan.

Hindi ako musikero, hindi ako umaawit
Ako'y makata subalit minsan kahit ang mga
Tula ay hindi sapat. Hinahanap rin ng sarili
Ang ligaya na dulot ng musika at awit.

Maupo sa pampang ang siyang hinahangad ng pusong walang mapagsidlan ng nararamdaman.
Nag uumpaw na kalungkutan ang nais ipanod sa pusod ng karagatan.

Masarap magsulat ng tula habang nakikinig
Sa musikang hatid na gumigising sa damdamin.
May naiibang katahimikan, tila isang paraiso
Na aking sandaling nasisiksikan.
Sa panulat ni : Jeian Nirza Putol

"Maghihintayin Ako"

Friendship, samahan, Kaibigan! 'yan ang tingin mo sa akin,
Pero ikaw, hindi ka naging iba sakin
Kailanman di mo ako kayang mahalin
Gaya kung paano kita ibigin.

Di ko hinagad na mabuo ang samahan natin,
Dahil sa mga hindi sinadyang suliranin
Na naging hudyat para mabuo ang samahan kung iisipin
Pero mabubuwag din pala, kasabay ng puso't damdamin.

Medyo umasa ako na sana tayong dalawa,
Ngunit ako'y nasaktan ng sobra sobra,
Sapagka't ikaw ay may kinakasama na pala
Sa pag aakala ng iba na ikaw at ako ay nagsasama

Ako'y nabighani sa mga salita mo
Subalit di mo naman sinabi na ito'y isang laro
Sa mata ng iba meron tayong relasyon
Ang hindi nila alam ito'y isang ilusyon.

Di kita masisisi kung iba ang 'yong pinili
Dahil maging ako 'di pipiliin ang sarili
Dahil 'di ko kayang magsabi
Ng mga katagang nais banggitin ng aking mga labi.

Sa mga tinuran mo ako'y naniwala
Kahit na minsan may iba akong pagdududa
Ganun pa man, ako'y nagtitiwala
Kahit paulit ulit mo itong sinisira.

Mamahalin parin kita kahit may kinakasama kang iba
Handa akong mag hintay hanggang sa muli tayong magsama
Magsisimula ulit tayo bilang magkaibigan
At pag nangyari yun hindi na kita pakakawalan.

About the Author

Jeian Nirza Putol

Jeian Nirza Putol is an Accountancy student.

He was working and studying it was not easy to combine those two things, but he managed because he said he was Filipino. Brave, hardworking and patient and above all loving.

He is proud as a Filipino poetry writer. A narrator. He was featured in a Newspaper Worldwide in Abante Column A "Pasikatin Natin Siya". One of his works has already been used as a module in Senior High School at Cebu City Philippines. He has his own FB Group titled 'Tula ni JN Putol'. Jeian started writing poetry when he was in elementary school, and now he travels the world of story writing and novels where lessons can be learned.

www.ingramcontent.com/pod-product-compliance
Lightning Source LLC
LaVergne TN
LVHW041556070526
838199LV00046B/2006